Những Người Con của Li-ơ

The Children of Lir

Retold by Dawn Casey

Illustrated by Diana Mayo

mantra

Lắng nghe! Tôi sẽ kể cho em nghe câu truyện Những Người Con của Li-ơ.

Từ xa xưa, khi quả đất còn non trẻ và luôn có ảo thuật trong không khí, có một vị vua tên là Li-ơ.

Li-ơ là một trong những người Tu-ha Đây Đan-an, dòng dõi tôn kính cai trị toàn thể Ái Nhĩ Lan xanh ngát, và vợ ngài là trưởng nữ của Hoàng Đế Tối Cao.

Họ có được bốn người con: ba con trai, và một con gái duy nhất, Fin-u-la. Fin-u-la là con đầu và kế đến là Ây, và sau đó là hai người sinh đôi Fi-ác-ra và Con. Nhà vua thương yêu các con của ngài hơn bất cứ điều gì khác trên đời, và, trong một khoảng thời gian, họ sống hạnh phúc.

Listen! I will tell you the story of the Children of Lir.

Long ago, when the earth was young and there was always magic in the air, there lived a king named Lir.

Lir was one of the Tuatha Dé Danaan, the divine race which ruled over all green Ireland, and his wife was the eldest daughter of the High King.

They were blessed with four children: three sons and a single daughter, Fionnuala. Fionnuala was the eldest and next came Aed, and then the young twins Fiacra and Conn. The king loved his children more than anything else in the world, and, for a while, they were happy.

Nhưng chẳng bao lâu sau khi hai con sinh đôi chào đời thì hoàng hậu từ trần. Nhà vua đau lòng, nhưng các con cần có một người mẹ. Và vì vậy Li-ơ kết hôn một lần nữa, với người con gái thứ hai của Hoàng Đế Tối Cao, tên I-fa .

Lúc đầu I-fa tỏ ra chăm lo, và luôn đầy sự sống với tiếng cười. Nhưng bà nhìn thấy Li-ơ thương yêu các con quá sâu đậm, và bà trở nên ghen tức. Trái tim nhẹ nhàng của bà trở nên nặng chĩu với lòng thù ghét, và bà bắt đầu luyện tập ảo thuật mờ ám...

But soon after the twins were born the queen died. The king was heartbroken, but the children needed a mother. And so Lir married again, to the High King's second daughter, Aoife. At first Aoife was caring, and always full of life and laughter. But she saw how deeply Lir loved his children, and she grew jealous. Her light heart grew heavy with hate, and she began to practise dark magic...

Vào một buổi sáng sớm hoàng hậu đánh thức các con và dẫn chúng, còn buồn ngủ và đang ngáp, tới một hồ nước vắng vẻ và cho chúng vào trong nước để tắm.

"Hãy bơi lội và đùa giỡn, các con yêu dấu của mẹ," bà bảo chúng, giọng bà ngọt ngào và đặc dính như là mật ong.

Early one morning the queen woke the children and led them, sleepy and yawning, to a lonely lake, and sent them into the water to bathe.

"Swim and play, my dears," she told them, her voice as sweet and thick as honey.

Ba người con trai lập tức nhảy ùm vào trong nước, rít hét lên và la to, nhưng Fin-u-la còn do dự.

"Bơi lội!" hoàng hậu ra lệnh. Và từ từ cô gái bước đi vào trong nước.

The three boys splashed into the water at once, shrieking and shouting, but Fionnuala hesitated.

"Swim!" the queen commanded. And slowly the girl waded into the water.

Fin-u-la quan sát mẹ kế của cô. Hơi ấm rút tháo ra khỏi cơ thể cô bé khi cô nhìn thấy I-fa lấy ra một chiếc đũa của thày pháp từ những nếp áo choàng của bà.

Nâng cao hai cánh tay, Hoàng hậu bắt đầu đọc thần chú; một bùa phù phép làm thôi miên, và bà hạ chiếc đũa xuống, chạm vào các con, từng người một, trên vầng trán.

Trong chớp nhoáng, nơi một lần Fin-u-la, Fi-ác-ra, Ây và Con đã bơi lội, giờ đây nổi lên bốn con thiên nga trắng đẹp đẽ.

Fionnuala watched her stepmother. The warmth drained from her body as she saw Aoife draw a Druid's wand from the folds of her cloak.

Raising her arms, the queen began to chant a hypnotic incantation, and she brought the wand down, touching the children, each in turn, upon the brow.

In an instant, where once Fionnuala, Fiacra, Aed and Conn had swum, there now floated four beautiful white swans.

"Những Người Con của Li-ơ !" I-fa ngân nga, "Ta trù rủa chúng mày! Chúng mày sẽ sống như những con thiên nga trong chín trăm năm! Chúng mày phải trải qua ba trăm năm nơi đây trên hồ nước này, ba trăm năm trên Biển Ái Nhĩ Lan buốt giá và ba trăm năm cuối cùng trên Biển Đại Tây Dương hoang dại."

Những đứa trẻ sợ hãi và vỗ cánh cuồng loạn lên, van xin bà trả tự do cho chúng. Nhưng Bà Phù Thủy chỉ cười. "Chúng mày sẽ không bao giờ được tự do, cho tới khi một Nữ Hoàng vùng Nam kết hôn với một Vua vùng Bắc, và chúng mày nghe được tiếng chuông reo vang lên cho một niềm tin mới."

"Children of Lir!" Aoife intoned, "I curse you! You will live as swans for nine hundred years! You must spend three hundred years here on this lake, three hundred on the cold Irish Sea and the last three hundred on the wild Atlantic Ocean."

The children were terrified and beat their wings frantically, begging her to set them free. But the Sorceress only laughed. "You will never be free, until a queen from the South marries a king from the North, and you hear the sound of a bell ringing out a new faith."

"I-fa ơi," Fin-u-la kêu nài với bà mẹ kế của cô, "đừng tàn ác quá!"

I-fa ngập ngừng, nhớ lại như thế nào bà đã một lần là mẹ những đứa trẻ, và trái tim cứng cỏi của bà bị yếu mềm một ít. "Chúng mày sẽ có thể ca hát với giọng riêng của chúng mày, và bài hát của chúng mày sẽ ngọt ngào nhất mà thế giới chưa bao giờ được nghe."

Và với lời đó bà hoàng hậu rời khỏi bờ hồ.

"Oh Aoife," Fionnuala pleaded with her stepmother, "do not be so cruel!"

Aoife paused, remembering how she had once been a mother to the children, and her hard heart softened a little. "You will be able to sing with your own voices, and your song will be the sweetest that the world has ever heard."

And with that the queen fled from the shore.

Bà chạy thẳng đến cha của bà, là Bâu-đơ-Rét, Đại Hoàng Đế của người Tu-ha Đây Đan-an. Nhưng ngài Đại Hoàng Đế khiếp sợ bởi việc làm của con gái mình. "I-fa, con gái ta ơi," ngài gào thét lên, "con đã làm gì nào!" và ngài gõ vào bà với cái đũa Thày pháp của ngài. Bà hoàng hậu xảo quyệt bị biến đổi thành một Quỉ Ma của Không Khí, bị ném liệng vào những luồng gió mãi mãi.

Vào một đêm gió bão em vẫn có thể nghe được những tiếng rít của bà ta.

She ran straight to her father, Bodb the Red, mighty king of the Tuatha Dé Danaan. But the High King was horrified by his daughter's deed. "Aoife, my daughter," he boomed, "what have you done!" and he struck her with his Druid's wand. The treacherous queen was transformed into a Demon of the Air, to be tossed on the winds forever.

On a stormy night you can still hear her howls.

Trong lúc đó, Vua Li-ơ tìm kiếm các con ngài khắp mọi nơi. Khi ngài đến hồ nước những đứa trẻ thiên nga gọi ra tên ngài. Li-ơ nghe giọng nói của các con ngài, nhưng chỉ thấy bốn con thiên nga trắng. Sau đó, trong một lúc kinh hoàng, ngài hiểu ra. Nhà vua cảm thấy nước mắt tràn ra đôi mắt ngài, và những giọt nước mắt lăn dài xuống hai gò má ngài khi ngài vội chạy đến ôm các con, nhưng, không có những cánh tay, các con không thể ôm lại ngài được.

Meanwhile, King Lir searched everywhere for his children. As he came to the lake the swan-children called out his name. Lir heard his children's voices, but saw only four white swans. Then, in a terrible moment, he understood. The king felt tears come to his eyes and they rolled down his cheeks as he rushed to embrace his children, but, without arms, they could not hug him back.

Fin-u-la nhìn thấy nỗi thống khổ trên khuôn mặt của cha cô, và ước ao được an ủi ngài, cô bé bắt đầu hát. Các em của cô hòa giọng theo, nâng cao tiếng hát của họ lên tận trời cao. Ô! Ánh Trăng Trắng Ngà có trong bài hát ấy. Nó dịu dàng hơn bất cứ giọng ca người nào khác, và ngọt ngào hơn bất cứ bài hót ca của chim.

Khi vị vua già nua lắng nghe tiếng nhạc tuyệt vời trái tim tan nát của ngài được xoa dịu.

Fionnuala saw the anguish on her father's face, and longing to comfort him, she began to sing. Her brothers joined in, lifting their voices to the skies.

Oh! The silver of the moon was in that song. It was softer than any human voice, and sweeter than any bird song.

As the old king listened to the beautiful music his broken heart was soothed.

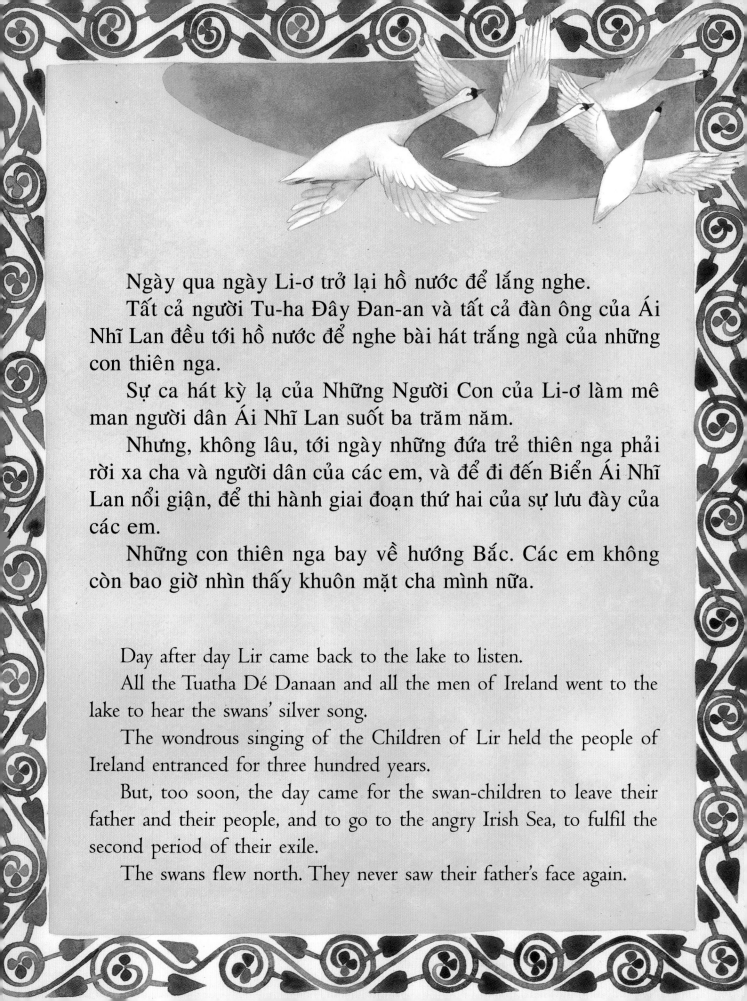

Ngày qua ngày Li-ơ trở lại hồ nước để lắng nghe.

Tất cả người Tu-ha Đây Đan-an và tất cả đàn ông của Ái Nhĩ Lan đều tới hồ nước để nghe bài hát trắng ngà của những con thiên nga.

Sự ca hát kỳ lạ của Những Người Con của Li-ơ làm mê man người dân Ái Nhĩ Lan suốt ba trăm năm.

Nhưng, không lâu, tới ngày những đứa trẻ thiên nga phải rời xa cha và người dân của các em, và để đi đến Biển Ái Nhĩ Lan nổi giận, để thi hành giai đoạn thứ hai của sự lưu đày của các em.

Những con thiên nga bay về hướng Bắc. Các em không còn bao giờ nhìn thấy khuôn mặt cha mình nữa.

Day after day Lir came back to the lake to listen.

All the Tuatha Dé Danaan and all the men of Ireland went to the lake to hear the swans' silver song.

The wondrous singing of the Children of Lir held the people of Ireland entranced for three hundred years.

But, too soon, the day came for the swan-children to leave their father and their people, and to go to the angry Irish Sea, to fulfil the second period of their exile.

The swans flew north. They never saw their father's face again.

Biển Ái Nhĩ Lan là vùng nước đầy gió bão nằm giữa Ái Nhĩ Lan và Tô Cách Lan. Một vùng biển hung bạo và giá buốt, và hiu quạnh. Không có ai lắng nghe bài hát của các em.

Nơi đó, những luồng gió từ địa cực làm đóng băng lông của các em, và các em bị trói buộc bởi nước băng đá, bị va chạm vào những tảng đá tàn ác.

The Irish Sea is a stormy stretch of water between Ireland and Scotland. A fierce and freezing sea it was, and lonely. There was no one to listen to their song.

There, arctic winds froze their feathers, and they were lashed by icy water, dashed against cruel rocks.

Một đêm kia một cơn bão khủng khiếp tràn vào.

Gió rít lên và than vãn, và mây sấm sét kêu rêu. Tia sét xé rách bầu trời. Những đứa trẻ thiên nga bị tát vả và bị quăng ném tơi bời bởi những luồng gió và sóng biển hoang dại.

One night a terrible storm rolled in.

The wind howled and moaned, and thunderclouds groaned. Lightning tore the sky. The swan-children were buffeted and flung apart by the wild winds and waves.

Chỉ có một tảng đá hiu quạnh, không lớn hơn cái đầu của một con hải cẩu, nhô lên khỏi mặt nước tung tóe. Fin-u-la gắng gượng tới tảng đá này, và hót lên gọi các em cho đến khi họ trườn bò lên chỗ an toàn.

Những ngọn sóng vỗ mạnh vào tảng đá làm nước vỡ tung lên đẫm ướt các em, cái lạnh giá buốt, và các em phải bám níu vào nhau để khỏi bị lôi cuốn đi.

Nhưng người em gái tụ họp các em lại dưới hai cánh của cô và giữ họ gần khít vào nhau, Con ở dưới cánh phải của cô và Fi-ác-ra dưới cánh trái, và người em cuối cùng, Ây, đặt đầu vào ngực của cô.

Only one solitary rock, no bigger than a seal's head, rose above the crashing water. Fionnuala struggled to that rock, and sang out to her brothers until they crawled up to safety.

The pounding waves exploded against the rock drenching them with water, piercing cold, and they had to cling together to save from being washed away.

But the sister gathered her brothers under her wings and held them close, Conn under her right wing and Fiacra under her left, and the last brother, Aed, laid his head against her breast.

Ba trăm năm chậm chạp trôi qua trong nơi hoang vắng đó, nhưng cuối cùng cũng đến thời gian thi hành giai đoạn thứ ba và là giai đoạn sau cùng của sự bùa mê lâu dài của họ.

"Chúng ta phải đến Đại Tây Dương," Fin-u-la nói với các em của cô. "Nhưng trên đường đi, chúng ta hãy bay qua nhà của mình và nhìn thấy cha của chúng ta."

Những con thiên nga bay qua màn đêm, các cánh trắng rộng của họ vỗ như một, và sáng bóng trong ánh trăng.

Three hundred years passed slowly in that desolate place, but at last it was time to fulfil the third and final stage of their long enchantment.

"We must go to the Atlantic," Fionnuala said to her brothers. "But on the way, let us fly over our home and see our father."

The swans flew through the night, their wide white wings beating as one, and shining in the moonlight.

Vào buổi sáng lờ mờ họ bay qua vùng đất của tuổi ấu thơ của họ, và dò xét mặt đất, hy vọng có được một thoáng nhìn nơi phòng thủ của người cha. Nhưng nơi ngày xưa có dinh thự huy hoàng của Li-ơ , giờ đây không còn gì ngoài những cây tầm ma, bay trong làn gió hiu hiu. Cha của họ đã qua đời từ lâu từ khi ấy.

Hát lên bản nhạc buồn bã, những con thiên nga bay đi.

In the pale morning they flew over the land of their childhood, and scanned the ground, hoping to catch a glimpse of their father's fort. But where Lir's splendid palace had once stood, there was now nothing but nettles, blowing in the breeze. Their father was long since dead.

Keening a lament, the swans flew on.

Sau cùng họ tới bờ của Biển Đại Tây Dương, và nơi đây, họ tìm thấy một cái đảo nhỏ bé, tên là I-nít-si Gơ-lo-ra. Nơi đây, rồi cuối cùng, họ được nghỉ ngơi. Thêm một lần nữa họ cảm nhận nụ hôn dịu dàng của mặt trời, làm ấm xương tủy họ.

At last they came to the shores of the Atlantic Ocean, and there, they found a tiny island, named Inish Glora. Here, at long last, they rested. Once more they felt the gentle kiss of the sun, warming their bones.

Những con thiên nga ở lại, đợi chờ, và hát ca. Họ hát những Bản Nhạc Xưa mà họ biết từ thời trẻ tuổi, và tất cả những con chim trên đất liền và của biển cả đều tụ tập vào đảo để lắng nghe, mê say theo.

The swans stayed, waiting, and singing. They sung the Old Songs they knew from their youth, and all the birds of the land and of the sea flocked to the island to listen, spellbound.

Chính nơi đây họ gặp ông nhà nông trẻ tên là E-vơ-rích, người đã nghe câu truyện của họ, và là người kể lại truyện. Và như vậy câu truyện của họ được lưu truyền mãi, và ngày nay chúng ta vẫn còn kể truyện này.

Họ không nhìn thấy ai khác trong một thời gian dài, cho tới khi, vào hôm đó, một người tu ẩn đến hòn đảo.

Người tu ẩn là một người đàn ông thần thánh, nhưng ông không thuộc dòng dõi Đan-an, bởi vì cũng gần chín trăm năm rồi kể từ khi Fin-u-la và các em của cô ta còn là trẻ con, và mọi việc đã đổi thay.

Một dòng dõi mới giờ đây cai trị những vùng đất xanh ngát của Ái Nhĩ Lan. Những vị thần xưa cũ đã vào lòng đất, biến hóa thành Si-i, giới Thần Tiên, và mờ dần vào trong truyện thần thoại.

It was here that they met the young farmer named Evric, who heard their story, and who told it. And so their tale was kept alive, and we tell it still today.

They saw no one else for a long time, until, one day, a hermit came to the island.

The hermit was a holy man, but he was not of the Danaan, for it was almost nine hundred years since Fionnuala and her brothers were children, and things had changed.

A new race now ruled the green lands of Ireland. The old gods had gone underground, transformed into *Sidhe*, Faery Folk, and faded into myth.

Người tu ẩn đã nghe kể lại Huyền Thoại về Những Người Con của Li-ơ .

Khi ông nghe được tiếng nhạc quyến rũ của họ ông đến gần họ.

"Đừng sợ hãi," ông nói. "Tôi sẽ giúp các bạn."

The hermit had heard tell of the legend of the Children of Lir. When he heard their enchanting music he approached them. "Do not be afraid," he said. "I will help you."

Người tu ẩn dựng lên một nhà thờ nhỏ trên đảo I-nít-si Gơ-lo-ra, và Những Người Con của Li-ơ nghe được âm thanh trong trẻo ồn ào của chuông vang, inh ỏi khắp cùng hòn đảo.

Cùng lúc đó, từ rất xa, đang có những chuẩn bị cho đám cưới, để một Vua từ phương Bắc sắp kết hôn với một Hoàng hậu từ phương Nam. Hoàng hậu này cũng đã nghe những lời đồn về các con thiên nga phi thường, và bà muốn có chúng cho riêng bà. Bà yêu cầu người chồng mới của bà lấy chúng cho bà, như là một món quà cưới, và vì vậy ông vua tìm cách vây bắt chúng.

The hermit built a chapel on Inish Glora, and the Children of Lir heard the loud clear sound of a bell ringing, pealing out across the island.

At the same time, far away, wedding preparations were being made, for a king from the North was to marry a queen from the South.

This queen had also heard tales of the fabulous swans, and she wanted them for herself. She asked her new husband to get them for her, as a wedding gift, and so he set out to capture them.

Đương nhiên người tu ẩn từ chối nhà vua, nhưng vị vua nắm chụp lấy mấy con thiên nga, nhằm lôi kéo chúng đi.

Of course the hermit refused him, but the king seized the swans roughly, meaning to drag them away.

Ngay lúc nhà vua chạm vào những con thiên nga thì lời thần chú bị phá vỡ. Những lông của các con thiên nga rơi rụng, lộ ra, không phải là hình dạng sáng ngời của những thanh niên người Đan-an, nhưng là bốn thân thể hao mòn nhăn nhúm, đã hơn chín trăm tuổi. Ba người đàn ông già nua và một người đàn bà xưa cổ. Khi những lông chim nổi trên mặt đất thì hơi thở cuối cùng của sự sống cũng rời khỏi những thân xác của họ.

The moment the king touched the swans the spell was broken. The swans' plumage fell away, revealing, not the radiant forms of Danaan youths, but four shrivelled and wasted bodies, over nine hundred years old - three aged men and one ancient woman. As the feathers floated to the ground the last breath of life left their bodies.

"Hãy chôn chúng tôi chung với nhau, trong một ngôi mộ," Fin-u-la yêu cầu.

Và như thế sự việc đã xong. Fin-u-la nằm ôm giữ các em bên cạnh, với Con phía bên phải của cô, và Fi-ác-ra bên trái, và người em cuối cùng, Ây, đặt đầu tựa vào ngực cô ta.

Và như vậy Những Người Con của Li-ơ sau cùng tìm được sự an bình. Nhưng người tu ẩn, được kể lại, đã buồn rầu cho họ cho tới ngày cuối cùng của cuộc đời ông.

"Bury us together, in one grave," Fionnuala asked.

And so it was done. Fionnuala lay holding her brothers close, with Conn on her right, and Fiacra on her left, and the last brother, Aed, laid his head against her breast.

And so the Children of Lir found peace at last. But the hermit, it is said, sorrowed for them to the end of his days.